நசிகேதன்

நீள் கவிதை

நசிகேதன்

நீள் கவிதை

மலையாள மூலம்
பி. ரவிகுமார்

தமிழில்
சுகுமாரன்

மலர் புக்ஸ்

நசிகேதன் – நீள் கவிதை
மலையாள மூலம்: பி. ரவிகுமார்
தமிழில்: சுகுமாரன்
© சுகுமாரன்

முதல் பதிப்பு: நவம்பர் 2023
பக்கங்கள்: 68

வெளியீடு: மலர் புக்ஸ்
விற்பனை உரிமை: பரிசல் புத்தக நிலையம்
235, P பிளாக், எம்.எம்.டி.ஏ. காலனி,
அரும்பாக்கம், சென்னை 600 106
parisalbooks@gmail.com
தொடர்புக்கு: 93828 53646, 88257 67500

ஓவியங்கள்: கானாயி குஞ்ஞிராமன், தாணு குமாரதாஸ்
அட்டை, புத்தகம் வடிவமைப்பு: பா. ஜீவமணி, 96000 99112
அச்சகம்: Compu Printers, Chennai 600 086

விலை: ரூ 90

Nachiketan - Neel kavithai
P. Ravikumar
Translated by Sukumaran
© Sukumaran

First Edition: November 2023
Pages: 68

by Malar Books
Right to Sell: Parisal Putthaga Nilayam
235, P Block, MMDA Colony,
Arumbakkam, Chennai 600 106
Contact: 93828 53646, 88257 67500 | parisalbooks@gmail.com

Wrapper, Book Layout: B Jeevamani, 96000 99112
Printed by: Compu Printers, Chennai 600 086

Price: Rs. 90
ISBN: 978-93-91947-88-0

பி. ரவிகுமார் (பி. 1952)

திருவனந்தபுரத்தில் பிறந்தவர். கேரளப் பல்கலைக்கழகத்தில் பயின்று மலையாள இலக்கியத்தில் முதுகலைப் பட்டம் பெற்றார். 1986 முதல் *கேரளகௌமுதி* நாளிதழில் பணியாற்றினார். தற்போது *கலாகௌமுதி* வார இதழின் இலக்கியப் பகுதி ஆசிரியர். இசை ஆர்வலர், கவிஞர். 'எம்.டி. ராமநாதன்', 'நசிகேதஸ்' என இரண்டு நீள் கவிதைத் தொகுப்புகளை வெளியிட்டுள்ளார்.

சுகுமாரன் (1957)

கோவையில் பிறந்தவர். கவிஞர். புனைகதையாளர், மொழிபெயர்ப்பாளர், ஊடகவியலாளராக அறியப்பட்டவர். இலக்கியப் பங்களிப்புக்காகக் கனடா தமிழ்த் தோட்டத்தின் இயல் விருது, கோவை கொடீசியா புத்தகத் திருவிழா ஆகிய அமைப்புகளின் வாழ்நாள் சாதனையாளருக்கான விருதுகளை 2016, 2023 ஆண்டுகளில் பெற்றார்.

காலச்சுவடு இதழின் பொறுப்பாசிரியராகப் பணியாற்றுகிறார்.

எளிமை கவித்துவம் ஆழம்

ஸ்ரீ எம்

சம்ஸ்கிருத மொழியறிவு வெகுவாகக் குறைந்து வரும் இக் காலத்தில் கடோபனிஷத் போன்ற சுத்த ஞானத்தைப் பற்றிய ஆழமான நூலை எளிமையின் அழகுடன் கவிதை வடிவத்தில் படைப்பது கடினம்.

முற்றிலும் இயலாதது என்று குறிப்பிட்டுச் சொல்லக் கூடிய இந்தப் படைப்புச் செயலை பி. ரவிகுமார் மேற்கொண்டிருக்கிறார். அவரது *'நசிகேதன்'* என்ற மலையாளக் கவிதை எளிமையாகவும் தெளிவாகவும் கவித்துவத்துடனும் கடோபநிஷத்தின் சாரத்தை நமக்குள் கொண்டு வந்து சேர்க்கிறது. நசிகேதனின் உண்மைத் தேடலையும் மரண தேவனான எமனுடன் நடத்தும் உரையாடலையும் கவிதையில் வலுவாக வெளிப்படுத்தக் கவிஞரால் முடிந்திருக்கிறது. எந்த விதமான தூண்டுதலுக்கும் ஆட்படாமல் உண்மைத் தேட்டத்தில் உறுதியாக நிற்கும் சத்திய வேட்கையாளனின் மனத் துணிவையும் பல பரிசோதனைகள் வாயிலாக முழு உண்மையை அறியும் தகுதி சீடனுக்கு உண்டு என்று உறுதிப்படுத்தும் குருவின் இயல்பும் கவனத்துக்குரியவை. ரவிகுமாரின் *'நசிகேதன்'* எளிமையும் கவித்துவமும் ஆன்ம ஞானத்தின் ஆழமும் கொண்டிருக்கிறது.

⊙

ப்ருஹதாரண்யகத்திலிருந்து ஆத்ம விலாசத்துக்கு

அக்கித்தம்

யஸ்மின் வ்ருக்ஷே ஸுபலாசே
தேவைஸ்ஸம் பிபதே யம:
அத்ரானோ விஸ்வபதி: பிதா
புராணன் அனுவேனதி

ரிக் வேதம் (பத்தாம் மண்டலம், 135 ஆம் சூக்தம்) சொல்கிறது. இதன் பொருள்.

நசிகேதன் என்ற புதல்வன், தந்தை வாசஸ்சிரவ முனிவரால் எமலோகத்துக்கு அனுப்பப்படுகிறான். அவன் எமனை மகிழ்வில் ஆழ்த்தி மீண்டும் உலகத்துக்குத் திரும்பிய கதை இங்கு குறிப்பிடப்படுகிறது. எமன் என்ற சொல்லுக்கு சூரியன் என்றும் பொருள் கற்பித்தால், இந்த சூக்தம் முழுமையும் சூரியனைப் பற்றியது என்று விளக்கலாம். அவ்வாறாக புதல்வன் இன்னொரு ரிஷியாகிறான்.

வெயிலின் வெம்மையில் சோர்ந்து போனவன் களைப்பு நீங்கப் பிலாச மரத்தின் நிழலில் அமர்ந்து பெறும் சுகத்தைப் போன்ற எந்த சுகமான இடத்தில் எமன் தேவர்களுடன் அமர்ந்து உண்கிறானோ, பண்டைக் காலம் முதலாகப் பித்ருக்கள் எங்கே வசிக்கிறார்களோ அந்த எம பீடத்தில்

இந்த எளியவனும் வசிக்க வேண்டும் என்று பிரஜைகளின் அரசனான என் தந்தை விரும்புகிறார்; விரும்பினார்.

ஏழு ரிக்குகள் கொண்ட இந்த சூக்தம் இவ்வாறு முடிகிறது:

> ‘இது எமனின் உறைவிடம். தேவர்களால் நிர்மாணிக்கப் பட்டதாகச் சொல்லப்படுவது. அங்கே மகிழ்ச்சியூட்டும் வாழ்த்துக்கள் உச்சரிக்கப்படுகின்றன. இவ்வாறு எமன் வாழ்த்துக்களால் அலங்கரிக்கப்பட்டவனாகிறான்’. எம சூக்தம் என்றே இந்த சூக்தத்தை விவரிக்கிறார்கள்.

நசிகேதனைப் பற்றிய கதை தைத்ரீய பிராமணத்தில் மேலும் விவரமாகப் பேசப்படுகிறது. (ஆனால் நசிகேதனை உத்தாலகரின் புதல்வன் என்றே கடோபநிஷத் கூறுகிறது. இதுபோன்ற வேறுபாடுகள் சுட்டிக்காட்டுவது வேத காலத்தின் பழைமை வரலாற்று ஆசிரியர்களின் ஊகத்தை விட எத்தனையோ அதிகம் என்பதையே).

பி. ரவிகுமாரின் ‘நசிகேதன்’ என்ற நீண்ட கவிதை கடோபநிஷத்தில் ஒற்றைக் காலை ஊன்றித் தவம் செய்கிறது. கடோபநிஷத்தின் நான்காம் வல்லி, பத்தாவது மந்திரம் இவ்வாறு சொல்கிறது:

யதேவஹ ததமுத்ர
யதமுத்ர ததன்விஹ
ம்ருத்யோ: ஸ ம்ருத்யுமாப்னோதி
ய இஹ நாவேன பச்யதி

இதன் மொழிபெயர்ப்பு:

இங்கு உள்ளது எதுவோ
அதுவே அங்கும்
அங்கு உள்ளது எதுவோ
அதுவே இங்கும்.
இங்கு
பலவற்றையும் காண்பவன்

மரணத்திலிருந்து மரணத்துக்குச் செல்கிறான்
தொடர்ந்து ரவிகுமாரின் முதல் வாக்கியம் வருகிறது.
பிறவிகளின் தொட்டிலில்
நசிகேதன் கண்விழிக்கிறான்

இவ்வளவையும் வாசித்து முடித்ததும் வில்வ மங்கலத்தினுடையது என்று நான் கருதும் நான்கு வரிகளின் முழக்கம் என் மனதில் ஒலித்தது.

கரார விந்தேன பதார விந்தம்
முகார விந்தேன விநிவே சயந்தம்
வடஸ்ய பத்ரஸ்ய புடே சயானம்
பாலம் முகுந்தம் மனஸா ஸ்மராமி

தொடர்ந்து ரவிகுமாரின் நசிகேதன் தாயின் கருப்பையில் கிடந்து பத்து மாதத்தில் வளர்வதற்குள் நாம் ஒரு தாலாட்டுப் பாடலுக்கு வந்து சேர்கிறோம்.

இவ்விழியை இன்று
திறப்பது எதற்கோ
……………
……………
இப் பாட்டைக் கேட்டு நீ
உளைவது எதற்கோ?

அவ்வாறாகப் பாட்டும் உரையும் இடையிட்ட இந்தக் கவிதை வளரும்போது என் மனமும் ரவிகுமாருடன் இணைந்து பாகவதம் மூன்றாம் ஸ்கந்தத்தை அடைகிறது. அரவிந்தம் என்ற மலர் உண்மையில் என்ன என்று அங்கே கூறப்படுகிறது.

நீரில் முளைத்த தாமரை அரும்பு உயிர்களின் அதிர்ஷ்டத்தைப் பிரகாசித்துக் கால கர்மத்தின் தூண்டுதலால் விரைவில் மலர்ந்து தன்னொளி கொண்டு சூரியன் போல விசாலமான நீர்ப்பரப்பையே ஒளிரச் செய்தது.

அவ்வாறாக, ப்ருஹதாரண்ய உபநிஷத், யோகவாசிஷ்டம், கேனோபநிஷத், முண்டகோபநிஷத் ஆகியவையின் ஊடே ஸ்ரீ நாராயணகுருவின் 'ஆத்ம விலாசத்தை' அடைகிறோம். ரவிகுமார் கூறுவதுபோல 'இதோ, இவை எல்லாம் மனோவேகமுள்ள ஒரு கடிகையைப்போல ஆதியந்தமில்லாமல் சுழல்கின்றன".

புத்த கயைக்குச் சென்றால் நாம் காணும் ஆலமரத்தின் வேர்கள் பூமிக்கு அடியில் இருப்பதாகச் சொல்லப்படுவது உண்மையல்ல; மண்ணுக்குக் கீழேதான் அதன் கிளைகள் இருக்கின்றன, என்பதை நாம் இங்கே புரிந்துகொள்கிறோம்.

குறைந்த பக்கங்களில் இந்த உண்மையை நமக்கு உணர்த்தும் இத்தகைய மகா காவியத்தை நான் இதுவரை வாசித்ததில்லை. வேர்கள் மேலும் கிளைகள் கீழுமாக அமைந்த இந்தக் கவிதை வாய்க்கப் பெற்ற மலையாள மொழியை சந்தேகமின்றி பாக்கியவதி என்று அழைப்பேன். ரவிகுமாரின் அசாதாரணமான இந்தக் கவிதைக்கு எல்லாவிதமான வாழ்த்துக்களையும் பணிவன்புடன் தெரிவித்துக் கொள்கிறேன்.

◉

நசிகேதனின் தோற்றம்

பி. ரவிகுமார்

சில ஆண்டுகள் முன்பு வரையும் அந்தி வேளையில் வீடுகளில் விளக்கேற்றியதும் கடவுளர் பெயர்கள் கீர்த்தனமாகப் பாடப்பட்டன. எங்கள் பழைய வீட்டிலும் அக்காக்கள் விளக்கேற்றிய பின்னர் அதன் முன்னால் அமர்ந்து கீர்த்தனங்களைப் பாடுவார்கள். அவர்கள் பாடிய பாடல்களில் ஒன்று தமிழில் இருந்தது. பாடலின் நான்கு வரிகளும் என் மனதில் ஆழமாகப் பதிந்தன. அவை இன்றும் எனக்குள் எதிரொலிக்கின்றன.

கோயிலாவது ஏதடா? குளங்களாவது ஏதடா?
கோயிலும் குளங்களும் கும்பிடும் குலாமரே
கோயிலும் மனத்துளே குளங்களும் மனத்துளே
ஆவதும் அழிவதும் இல்லைஇல்லை இல்லையே

அந்தச் சமயத்தில் இந்த வரிகளின் சரியான பொருள் என்னவென்று எனக்குத் தெரியவில்லை. வரிகளின் அர்த்தத்தைக் காட்டிலும் பாடலின் சந்தமும் எதிரொலிப்பும் எளிமையுமே என்னை ஈர்த்தன. அந்த வரிகளின் எதிரொலிகளின் வழியே ஒரு வகை மாயப் பொருள் மெல்ல எனக்குள் தெளிவுறத் தொடங்கியது. நான் காண்பது எல்லாமே மனதின் உருவாக்கம் என்று மெல்லமெல்லத் துலக்கம் பெற்றது. பின்னர்தான் இந்த வரிகள் அழிவற்ற தமிழ்ச் சைவ ஞானியான சிவவாக்கியரின் பாடலில் உள்ளவை என்று அறிந்து கொண்டேன். அதற்கும்

மிகப் பின்னர்தான் ஆவதும் அழிவதும் இல்லை இல்லை இல்லையே என்ற கடைசி வரி தெளிவானது. பெரும் வேதாந்த அறிஞரான பேராசிரியர் ஜி. பாலகிருஷ்ணன் நாயர் அந்த வரியின் அர்த்தக் கதவைத் திறந்து விட்டார்.

எதுவும் உண்மையில் பிறப்பதில்லை. எல்லாம் படைக்கப்பட்டவை என்ற தோற்றத்தை மாயையே உருவாக்குகிறது என்று மகா குரு என்னை நம்பவைத்திருந்தார். பிரக்ஞையில் திடமானவரான ஞானி பிரபஞ்சத்தின் மூலகாரணம் எதுவென்றும் அதன் தோற்றமும் தோற்றக் குலைவும் எவ்வாறு நிகழ்கின்றன என்றும் விசாரித்தவையும் கண்டடைந்தவையுமான உப நிடதங்களின்பால் என்னை அன்புடனும் பரிவுடனும் அழைத்துச் சென்றார். கதோபநிடதமும் மாண்டூக்கிய உபநிடதமும் என்னை வலுவாகப் பாதித்தன. கதோபநிடதத்தை என் மனதுக்கு நெருக்கமானதாகக் கொண்டிருந்தேன். நசிகேதன் எமனிடம் கேட்ட கேள்விகள் அனைத்தும் என்னையும் வேட்டையாடின. அவை என்னுடைய கேள்விகளாக இருந்தன.

ஆன்மிக விசாரங்களுக்கு இடையிலும் இந்த உலகத்தின் கனன்று எரியும் காட்சிகள் என்னைத் துன்புறுத்தின. 1967 மே மாதம் நக்சல்பாரியில் வசந்தத்தின் இடி முழக்கம் ஒலித்தது. சார்த்தரின் அறிவார்ந்த உந்துதலால் 1968 மே மாதம் பிரான்சில் மாணவர்கள் போராட்டத்தில் ஈடுபட்டார்கள். எழுபதுகளின் தொடக்கத்தில் மொத்த உலகமே கொந்தளிப்பில் ஆழ்ந்திருந்தது. மாஓவின் நூல்கள், சே குவேராவின் நாட்குறிப்பு, ரெஜிஸ் திப்ரேயின் புரட்சிக்குள் புரட்சி நூல், கார்லோஸ் மாரிகெல்லாவின் நகர கெரில்லாவின் சிறு கையேடு ஆகியவை உலகெங்குமிருந்த புரட்சியாளர்களைத் தூண்டி விட்டன. இங்கே கேரளத்தில் சிந்திக்கும் இளைஞர்கள் இ.எம்.எஸ். நம்பூதிரிப்பாடைக் கைவிட்டு சாரு மஜும்தாரின் வழிகாட்டுதலை நாடினார்கள். ஆக்சிஜன் குழாயின் உதவியால் உயிரைப் பிடித்து வைத்துக் கொண்டு சாரு மஜும்தார் கிராமம் கிராமமாகப் பயணம் செய்து ஆயுதப் புரட்சியின்

செய்தியைப் பிரச்சாரம் செய்தார். எழுபதுகளே இந்திய விடுதலையின் தசாப்தம் என்று பிரகடனமும் செய்தார்.

நசிகேதன் முன்வைத்த கேள்விகள் என் மனதுக்குள் எதிரொலித்துக் கொண்டிருந்தபோதும் நான் இந்தப் புரட்சிப் பாதையில் முன் செல்லத் தொடங்கியிருந்தேன். துப்பாக்கிக் குழலினூடேயும் வர்க்க எதிரிகளை அழித்தொழிப்பதன் மூலமும்தான் இந்தியாவை விடுவிக்க முடியும் என்று நானும் நம்பினேன்.

வசந்தத்தின் இடிமுழக்கம் ஓய்ந்தது. நக்சலைட் இயக்கம் சிதறுண்டது. மகத்தான நோக்கங்கள். பெரும் எதிர்பார்ப்புகள் சமத்துவத்துக்கான கனவுகள் - எல்லாம் சிதறிப் போயின.

பின்னர் தொடர்ந்தன இருத்தலியல் நாட்கள். வேரற்ற அந்தத் தத்துவத்துடன் நீண்ட காலம் பற்றுக் கொண்டிருக்க என்னால் முடியவில்லை. காம்யு, காஃப்கா, பெக்கெட், ஜெனே, கின்ஸ்பர்க் ஆகியோர் தகிப்புணர்வைத் தொடர்ந்து அளித்துக் கொண்டிருந்தார்கள்.

எழுபதுகளின் இறுதியை ஒட்டி நாராயண குருவின் ஆத்ம விலாசம் என்ற கவிதையை வாசிக்க நேர்ந்தது. அதன் முதல் வரியே திகைப்பூட்டியது.

ஓம்
இவையெல்லாம்
நமக்கு முன் உள்ள
கண்ணாடியில் நாம் காணும்
பிம்பத்தைப் போன்றதே.

ஆத்மவிலாசம் முற்றுப் பெறுவது இவ்வாறு:

கடவுளும் நாமும் ஒன்றாகிறோம்
இப்போது நம்மால் உலகியல் செயல்களில் பங்கேற்க இயலாது
ஓ! பாருங்கள்
நாம் கடவுளுக்குள் ஒன்றாகி விட்டோம்.

ஆத்மவிலாசத்தை வாசித்தபோது நான் முற்றிலுமாகச் சிதறுண்டு போனேன். அந்தத் தருணத்தில்தான் நசிகேதன் கவிதை எனக்குள் முளைவிட்டது. இந்தக் கவிதையின் வித்து மூன்று பதிற்றாண்டுக் காலம் எனகுள்ளேயே இருந்தது. உண்மையில் முப்பது ஆண்டுகளுக்குப் பிறகுதான் நான் இதை எழுதினேன். இந்த ஆண்டுகளிலெல்லாம் நசிகேதன் எனக்குள் வளர்ந்து கொண்டிருந்தான். அந்த முப்பது ஆண்டுகளும் எனது வாழ்க்கையின் உள்ளார்ந்த இசையாக நசிகேதன் எதிரொலித்துக் கொண்டிருந்தான்.

◉

நசிகேதனிடம் எமன் உரைத்தான்:

இங்கு உள்ளது எதுவோ
அதுவே அங்கும்
அங்கு உள்ளது எதுவோ
அதுவே இங்கும்.

இங்கு
பலவற்றையும் காண்பவன்
மரணத்திலிருந்து மரணத்துக்குச் செல்கிறான்*

---

* யதேவஹ ததமுத்ர
 யதமுத்ர ததன்விஹ
 ம்ருத்யோ: ஸ ம்ருத்யுமாப்னோதி
 ய இஹ நாவேன பச்யதி – கடோபநிஷத் 4:10

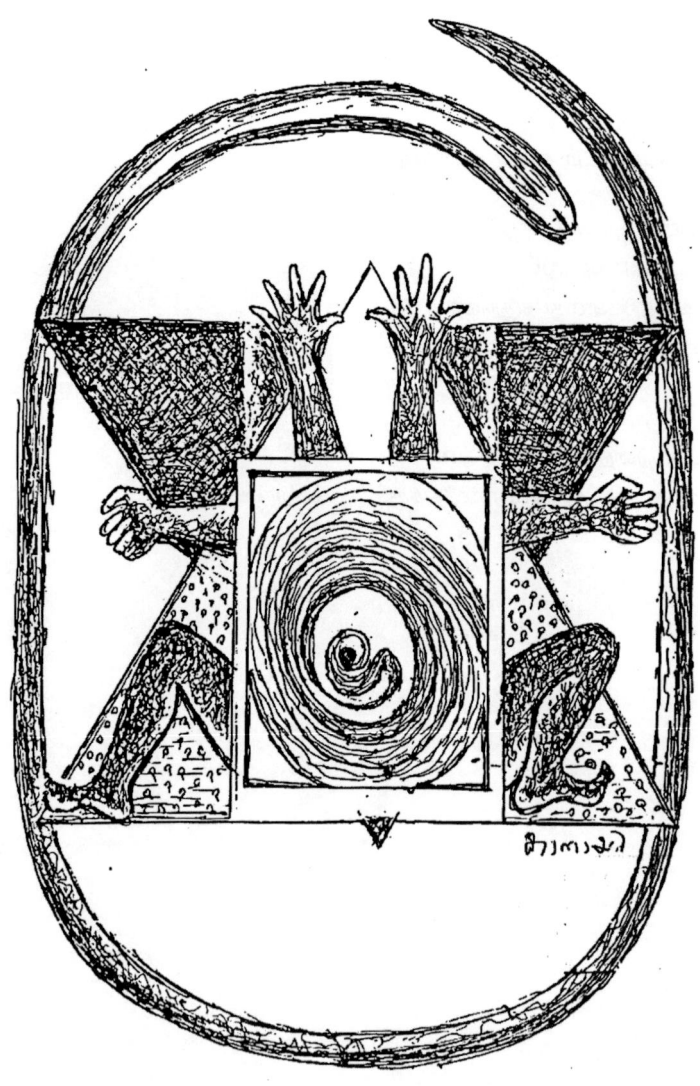

பிறவிகளின் தொட்டிலில்

நசிகேதன் கண்விழிக்கிறான்
ஒரு தாலாட்டில் கரையச்
செவிகூர்ந்து கிடக்கிறான்

சுக்கில சுரோணித சங்கமமாகத்*

திரவ வடிவில்
ஒன்றாம் மாதம் கடந்தது

இலவம் பஞ்சு முகையனைய
பிண்டமாக
இரண்டாம் மாதம் கடந்தது.

சிரசுக்கும்
கை, கால்களுக்கும்
ஐந்து முளைகள் கிளைத்தன

சிரசின் முனையில்
கழுத்து
காதுகள்
கண்கள்
மூக்கு
வாய் அரும்பின

---

* பாகவதம் – திரிதீய ஸ்கந்தம், சாரங்கதேவரின் சங்கீத ரத்னாகரம், கர்போபநிஷத்

கைகளின் முனையில்
தோள்
புயம்
மணிக்கட்டு
விரல்கள் உருப்பெற்றன

கால்களின் முனையில்
தொடைகள்
குறி
மூட்டுகள்
கணுக்கால்கள்
விரல்கள்
உருப்பெற்றன

மூன்றாம் மாதம் கடந்தது.

அங்கங்கள் மேலும் துலங்க
நான்காம் மாதம் கடந்தது.

இதயம் துடிக்க
சிந்தை தெளிய
தசை திரளக்
குருதி வலுவூற
ஐந்தாம் மாதம் கடந்தது.

சூக்கும நரம்புகள்
எலும்புகள்
நக சிகை ரோமங்கள்
எல்லாம் உருப்பெற
ஆறாம் மாதம் கடந்தது

கால்கள் ஒடுங்கி
கைகள் ஒடுங்கி
கைகள்கொண்டு காதுகள் பொத்தி
நரகக் குறுகலில்
ஏழாம் மாதம் கடந்தது.

ஓசைகளின் வருகைக்கு
அஞ்சி நடுங்கி
எட்டாம் மாதம் கடந்தது.

எண்ணிலா மாந்தரின்
எரியும் நினைவுகளில்
ஏகாங்கியாய் எரிந்து
எதையும் தாளாமல்
சிரசின் மேல் கைகூப்பி
ஒன்பதாம் மாதம் கடந்தது.

பூமியைத் தொட்ட நொடியில்
எல்லாமும்
மறதியில் ஆழ்ந்தன

பிறவிகளின் தொட்டிலில்
நசிகேதன் கண்விழிக்கிறான்
ஒரு தாலாட்டில் கரையச்
செவிகூர்ந்து கிடக்கிறான்

•

இவ்விழியை இன்று
திறப்பது எதற்கோ
இம்முலை உறிஞ்சிப்
பருகுவது எதற்கோ
இம் முடியைக் கோதி
மினுக்குவது எதற்கோ
இவ்வழகு மாலையைச்
சூடுவது எதற்கோ?

இம் மணித் தூளியில்
ஆடுவது எதற்கோ
இத் திலகம் நுதலில்
சார்த்துவது எதற்கோ
இப் பட்டை இடையில்
உடுப்பது எதற்கோ
இக் காற்சிலம்பை
குலுக்குவது எதற்கோ
இச்சிரிப்பு இதழில்
உறைவது எதற்கோ
இப் பாட்டைக் கேட்டு நீ
உளைவது எதற்கோ?

•

*படைப்புக்கு முன்னர் இங்கே எதுவும் இல்லை பசித்த மரணத்தால் எல்லாம் சூழப் பட்டிருந்தன**

---

* ப்ருஹதாரண்யக உப நிஷத் – பிராமணம் 2:1

●

மரண தரிசனத்தில்
பிரக்ஞை மரத்து
உதிரம் குளிர்ந்து உறைந்து
அசைவற்றிருக்கும்
எலியின் கண்களில் உயிரின் நடுக்கம்
மறைவிடம் தேடித் தாவும்
முயலின் பிராணப் பாய்ச்சல்
அசையாத நீர்த் தொலைவுகளில்
திசையின்றி நீந்தும் தலைப்பிரட்டைகள்
பிறவிகளின்
அழுக்குப் பொதிகள் சுமந்து

அனாதியான காலத்தில் துணுக்குற்று
அந்தமில்லா இடத்தில் திகைப்புற்று
வழி மறக்கும் கழுதைகள்.

வலியவை
வலுவில்லாதவற்றை உண்கின்றன
உயிர்
உயிரைத் தின்று வாழ்கிறது.*

---

* பாகவதம் – முதலாம் ஸ்கந்தம் அத்தியாயம் 13, சுலோகம் 46

எறும்பின் கண்களில்
காலம்
இருண்ட நினைவாய் உறைகிறது.
கால்களில்
இடம்
வேதனையாக விம்முகிறது.

ஒரு பாதி நெல்மணியை
உயிரால் உந்தியும்
விழுந்தும் புரண்டும் நடுங்கியும் வெருண்டும்
எங்கோ மறைவதற்காக
மீண்டும்
துயரமாய் வந்து பிறப்பதற்காக.

மீண்டும்
ஒரு பாதி நெல்மணியைத் தேட
மீண்டும்
சின்னஞ்சிறு மோகங்கள் ஊற்றெடுக்க...

காலம்
நினைவாக உறைய
இடம்
வேதனையாக விம்ம...

●

சென்றடைவது எங்கு என்று அறியாமல்
போகின்றன
சென்றடைவது எக் காலம் என்று அறியாமல்
போகின்றன
சென்றடைவது எதற்கு என்று அறியாமல்
போகின்றன
சென்றடைவோமா என்று அறியாமல்
போகின்றன.

எங்கோ மறைவதற்காக
மீண்டும்
துயரமாய் வந்து பிறப்பதற்காக.

●

கற்பனைகள் நீங்கிய போதத்தில், ஆடியில் தெரியும் பிம்பமாக எந்தப் பயனும் இல்லாமல் பிரதிபலிக்கிறது இந்தப் பிரபஞ்சம்.*

---

* யோகவாசிஷ்டம் – ஸ்திதிபிரகரணம், பார்கவோபாக்கியானம் 63

●

அப்போதும் பாட்டி
இருட்டைப் பார்த்து அமர்ந்திருக்கிறாள்
மாட்டு வண்டிகள்
மந்தகதியில் நகர்கின்றன
மாடுகளின் கழுத்து மணியோசை
விலகிவிலகிச் செல்கிறது
வழி
ஆளற்றும்
அரவமற்றும் நீள்கிறது
மலைமுகட்டில் எரிந்து நின்ற
விளக்கும்
அணைந்து போகிறது

அப்போதும் பாட்டி
இருட்டைப் பார்த்து அமர்ந்திருக்கிறாள்
வியர்த்தமும்
வேதனையும்
கொடூரமுமான
கர்ம பந்தங்களின்
பகல்கள்
இரவுகள்
பருவங்கள்
ஆண்டுகள்
பிறப்புகள்
பிறப்பின்மைகள்

அப்போதும் பாட்டி
இருட்டைப் பார்த்து அமர்ந்திருக்கிறாள்

உதிரம் சுண்டி
உலர்ந்து வறண்ட சக்தியின்
இறுதித் துளியும்
வடிந்து போன
எலும்புகள் உந்திய
விகாரமான நடுங்கும் கரங்களால்
மலைகளை நகர்த்தும் அலுப்புடன்
பாட்டி
பொழுதைத் தள்ளி நகர்த்துகிறாள்.

காலம்
எங்கும் செல்வதில்லை
எங்கிருந்தும் வருவதுமில்லை
காலம்
அஸ்தமிப்பதில்லை
உதிப்பதுமில்லை.*

---

* யோகவாசிஷ்டம் – சர்க்கம் 23, கலாபவாதம் 32

●

*வெளியில்
பனிபொழிந்து கொண்டிருக்கிறது
எண்ணெய் விளக்கில் எரிகிறது
அசையாச் சுடர்.*

*அசையாச் சுடரின்
நிழல் வட்டம்
நிழல் வட்டத்தின்
நிறையமைதியில்
ஒரு கரப்பான்
சமாதி பூண்டிருக்கிறது.*

*சராசரங்கள் எல்லாம்
நித்திரையில் ஆழ்ந்திருக்கின்றன
ஒருவன் மட்டும்
விழித்திருக்கிறான்.*

*அவன்
குப்பை கூளங்கள் சேர்த்துத்
தீ மூட்டுகிறான்.*

*அவன்
கனன்றெரியும் தீக் கொழுந்துகளைப்
பார்த்துக் கொண்டிருக்கிறான்
ஓ,
இதோ சிறு சாளரத்தினூடே வரும்
கதிரொளிக் கதிரில்
மிதந்து புரளும் தூசிபோல
அண்டகோடிகள் அலைகின்றன**

---

* ஸ்ரீ நாராயணகுருவின் ஆத்ம விலாசம்

நான் நிலைத்திருக்கிறேன்
எண்ணற்ற பிரபஞ்சங்கள் தோன்றி
எனக்குள் சுற்றிச் சுழல்கின்றன
நான் நிலைத்திருக்கிறேன்.*

குருவே
மன்னர் நகருள் பிரவேசிக்கிறார்
குடிகள் மன்னரைக் காணக் கூடுகிறார்கள்**

நாம்
வழியொதுங்கி நிற்போம்
நிதாகா,
இதில் மன்னர் யார்?
மக்கள் யார்?
யானைமேல் வீற்றிருப்பவர் மன்னர்
மற்றவர் மக்கள்

யானையையும் மன்னரையும்
ஒன்றாகத்தானே
நீ எனக்குக் காண்பிக்கிறாய்
இரண்டுக்கும்
அடையாளங்கள் சொல்வாயாக

இதில் எது யானை?
எது மன்னர்?

கீழிருப்பது யானை
யானைமேலிருப்பது மன்னர்

கீழ் என்பது எது?
மேல் என்பது எது?

---

* ரிபு கீதை
** விஷ்ணுபுராணம்

திடுமென நிதாகன்
இருபுவின் சிரசில்
ஏறியமர்ந்து உரைக்கிறான்:

இப்போது நான்
மன்னரைப்போல மேலே
நீங்கள்
யானையைப்போலக் கீழே.

நிதாகா,
நீ மன்னரைப்போல மேலும்
நான் யானையைப்போல கீழும் எனில்
இதையும் எனக்குச் சொல்வாயாக.

நீ யார்?
நான் யார்?

மகனே
நீ உனது
கர்மங்களை மறந்து விடுகிறாய்.

புற்கொடிகளையும்
புழுக்களையும்
பட்சிகளையும்
புனல்களையும்
அந்தியையும்
விண்மீனையும்
நிலவையும் பார்த்துத்
தன்னை மறந்திருக்கிறாய் நீ.

மகனே
எப்போதும் சிந்தனையில்
எரிந்து கொண்டிருக்கிறாய் நீ.

தந்தையே,*
கர்மச் சுழற்சியின்
எண்ணில்லா ஆதிப் பிணிகளில்
அகப்பட்டு நொந்து
இவ்வாறு
விலங்குகள்போல
வாழ்வைப் பாழாக்க
என்னால் இயலாது.
வெட்டுபவன் பின்னே
ஆதரவற்று
அநாதையாக
மௌனமாக
அதி தீனமாக
நொண்டி நொண்டி நகரவே...

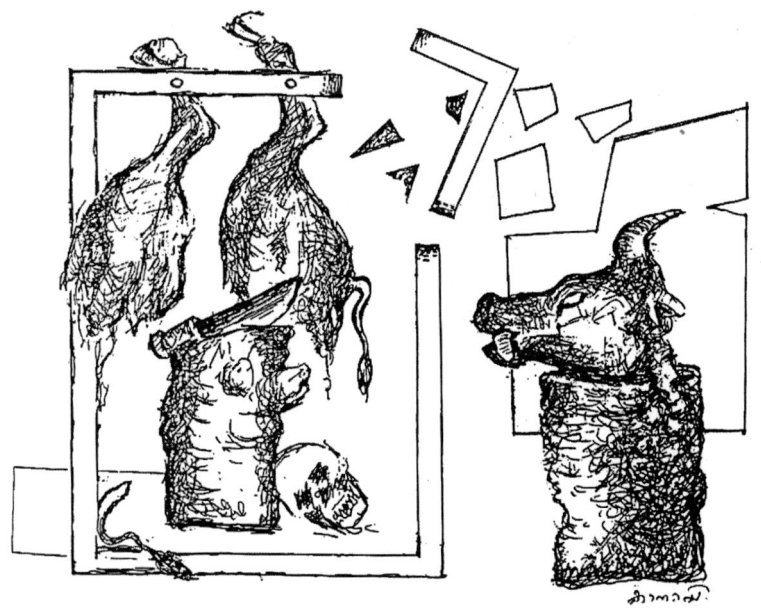

* யோகவாசிஷ்டம் – உபசமபிரகரணம்

பசு
மெல்லத் தலை திருப்பி
இறுதியாக என்னைப் பார்த்தது.

அப்போது
அந்தக் கண்களில் நிறைந்த
பெரும் பீதியை
முற்றிலும் மறைத்துச்
சட்டென்று ஒளிர்ந்த
அந்த மினுக்கம்.

கடவுளே,
அது என்னை வேட்டையாடுகிறது.

என் புலன்களை
என் இதயத்தை
என் பிரக்ஞையை
என் ஞானத்தை
என் புண்ணியத்தை
என் பூமியை
என் ஆகாயத்தை
என் இருப்பை

நொடிதோறும் அது
எரித்துக் கொண்டிருக்கிறது.
நான் விடைபெறும் நேரமாயிற்று.

●

காகபுசுண்டா
காகபுசுண்டா
காகபுசுண்டா
பறந்து வா.

உன் சிறகின் கருமையால்
என் காட்சிகளை மூடு
உன் நீள்கரைச்சல் பேய்க்குரலால்
என் சொற்களை ஒடுக்கு
உன் அலகின் வலிமையால்
என் சித்தத்தைக் கொத்தி உடை
உன் கண்ணின் தீக் கனலால்
என் மாயங்களை நீறாக்கு
உன் அழிவின்மையால்
என் வாழ்வைச் சட்டென்று அவிழ்.

●

இரண்டு எருமைகள்
இருண்ட வழியில்
உன்மத்தம் முற்றிப் பாய்கின்றன
எருமைகள் பூட்டிய வண்டியில்
ஒருவன் மறைந்திருக்கிறான்.

இரண்டு தூதர்கள்
இரண்டு கால்களையும்
பிணித்துப் பின்னிக் கட்டுகிறார்கள்
குளிர்ந்த கைகளை
இடைக்குப் பின்னால்
இழுத்து இறுக்கிக் கட்டுகிறார்கள்.

கறுத்த துணியால்
என் இரு கண்களையும் மூடுகிறார்கள்.

'அன்பு மகனே,
நீ எங்களைக் கைவிட்டுச் செல்கிறாயா?
இனி யாரிருப்பார் எங்களுக்கு?
நீயல்லவா எங்களுக்கு
எல்லாமாக இருந்தாய்?' *

கர்மத்தின் பொருட்டு
தேவர், மானிடர், மிருகம், விருட்சம், கொடிகளின் யோனிகளில்
பிறவியெடுத்துச்
சுற்றி அலையும் ஜீவன் நான்.
கடந்து போயின எண்ணற்ற பிறவிகள்
காத்திருக்கின்றன எண்ணற்ற பிறவிகள்
இந்தப் பிறவிகள் ஒன்றில்
உங்கள் மகனாகப் பிறந்தேன்.

ஒருவன் மற்றவனுக்குப்
பொன்னையும் பிற திரவியங்களையும் விற்கிறான்
இன்னொருவன்
அவனிடமிருந்து வாங்குகிறான்
இவ்வாறாக
இந்தச் செல்வங்கள்
பலரை அடைகின்றன; பிரிகின்றன.

இதுபோன்றே ஜீவனும்
பெற்றோருள் புகுந்தது
பிரிந்தும் போகிறது.

எனக்கு நேரமாயிற்று
இதோ, நான் செல்கிறேன்.

---

* பாகவதம் – சஷ்டஸ்கந்தம்

காசி
கங்கை
அடங்காத அலைகள்

மணிகர்ணிகையில்
பிணங்கள் எரிகின்றன
பாதி வெந்த பிணங்கள்
கங்கையில் மிதக்கின்றன

மணிகர்ணிகையில்
சிதை நெருப்பு
ஒருபோதும் அணைவதில்லை.

நரக தரிசனத்தின்
கருணையில்லாக் காட்சிகள்.

அந்நியனின் தனத்தையும் சந்தானத்தையும்*
மனையாளையும் அபகரித்தவன்
அதிபயங்கர எமதூதர்களால்
காலபாசத்தால் பிணைக்கப்பட்டு
தாமிஸ்ரம் என்ற நரகத்தில் தள்ளப்படுகிறான்.
அவனுக்கு உணவோ நீரோ கொடுப்பதில்லை
பலவித சித்திரவதைகளைச் செய்கிறார்கள்
அச்சுறுத்துகிறார்கள்
அவன் உணர்விழக்கிறான்.

உடைமையாளனை வஞ்சித்து அவன் மனைவியையும்
செல்வத்தையும் துய்த்தவன்
எமதூதர்களால் அந்ததாமிஸ்ரம் என்ற நரகத்தில் தள்ளப்படுகிறான்.
கொடும் வேதனையால் உணர்விழந்து
கண் கெட்டு
வேரோடு பெயர்ந்த விருட்சம்போல
அவன் கிடக்கிறான்.

உடம்பைத் தனதென்றும்
மனைவி, மக்கள், செல்வம் தன்னுடையதென்றும்
அகந்தை கொண்டு
அவர்களைப் பேண
உயிர்களை வதைத்துக் குடும்பம் நடத்தியவன்
எல்லாவற்றையும் பூமியில் விட்டு
சுயபாவ கர்மத்தால்
இங்கே
ரௌரவம் என்ற நரகத்தில் வந்து வீழ்கிறான்.
இவன் பூவுலகில் வதைத்த உயிர்கள்
பாம்புகளைவிடக் கொடிய

---

* பாகவதம் – பஞ்சமஸ்கந்தம்

ருருக்கள் என்ற பிராணிகளாகி
இவனை இங்கே வதைக்கின்றன.

உயிர்க்கொலை செய்து உடல்வளர்த்தவன்
மகா ரௌரவம் என்ற நரகத்தில் வீழ்கிறான்
கிரவ்யாதங்கள் என்ற ருருக்கள்
இவனது மாமிசத்தைப் புசித்து
இவனைத் துன்புறுத்துகின்றன.
விலங்குகளையும் பறவைகளையும்
உயிருடன் வேகவைத்துத் தின்ற கொடும்பாவியை
எமதூதர்கள்
கும்பீபாகம் என்ற நரகத்தில்
கொதிக்கும் எண்ணெயிலிட்டு வறுக்கிறார்கள்.

பெற்றோரையும் ஞானியரையும் துன்புறுத்தியவனை
காலசூத்திரம் என்ற நரகத்தில்
அளவிலாத் தூரம் விரிந்ததும்
கீழே அக்கினியும்
மேலே தகிக்கும் சூரியனும்
ஓயாது பொசுக்கும்
செப்புத் தகடு பாவிய
சமநிலத்துக்குக் கொண்டுவருகிறார்கள்.
கொடும் வெம்மையில்
அகமும் புறமும் ஒருபோலத் தகிக்க
அவன்
நாற்புறமும் ஓடுகிறான்.

நிரபராதிகளைத் தண்டித்த
கொடிய பாவியான அரசனை
சூகரமுகம் என்ற நரகத்தில் தள்ளுகிறார்கள்.
அங்கே
உடல்வலுத்தவர்கள்
இந்த அரசனின் அவயவங்களைக்

கரும்பை ஒடிப்பதுபோல ஒடிக்கிறார்கள்
அவன் ஓலமிட்டலறி மயங்கி விழுகிறான்.

இறை ஆணைக்குப் பணிந்து
இரைதேடும் எறும்பு, பறவைகள் போன்ற உயிர்களை
சித்திரவதை செய்தவன்
அந்தகூபம் என்ற நரகத்தில் தள்ளப்படுகிறான்.

மற்றெவர்க்கும் பங்கிடாமல்
ஒற்றையாய் உணவுகொண்டவன்
கிருமிபோஜனம் என்ற நரகத்தில் தள்ளப்படுகிறான்.
நூறாயிரம் யோஜனையுள்ள
அந்தக் கிருமி குண்டத்தில்
அவன் கிருமியாகிறான்
கிருமிகளையே தின்கிறான்.

அந்நியனின் சொத்தைக் களவாடியவனை
வழிப்பறி செய்தவனை
எமதூதர்கள் சந்தம்சம் என்ற நரகத்தில் தள்ளுகிறார்கள்
கனல்துண்டுபோலப் பழுத்த
இரும்புத் தண்டுகளால்
அவன் உடலைப் பொசுக்குகிறார்கள்.

பேதாபேதமில்லாமல்
எல்லாப் பெண்களுக்குள்ளும் நுழைந்தவன்
வஜ்ரகண்டக சால்மலி என்ற நரகத்தில் தள்ளப்படுகிறான்
அவன் வஜ்ஜிரம்போன்று கூர்முட்கள் நிறைந்த
சால்மலி மரத்தில்
நிரந்தரமாக ஏற்றி இறக்கப்படுகிறான்.

அறம் பிறழ்ந்த அரசனும்
அரச மாந்தரும்
வைதரணி என்ற நரகத்தில் வீழ்கிறார்கள்.

இங்கே வைதரணி என்ற நதி ஓடுகிறது.
மலம், சிறுநீர், சலம், குருதி,
தலைமயிர், நகங்கள், எலும்புகள்,
தோல், மாமிசம், நிணம் நிறைந்தது வைதரணி.
இதில் விழுந்த
அரசனையும் அரசமாந்தரையும்
நீர்வாழ் உயிர்கள் முற்றுகையிட்டு விழுங்குகின்றன.
அப்போது அவர்கள்
தமது பாவச் செயல்களை நினைக்கிறார்கள்.

நாணமற்று விலங்குகள்போலக்
காமத்தில் புரண்டவர்களை
பூயோதம் என்ற நரகத்தில் இடுகிறார்கள்.
சலம், மலம், சிறுநீர், கோழை நிறைந்த
அந்தக் கடலில் விழுந்தவர்கள்
அந்தப் பொருள்களையே புசிக்கிறார்கள்.

வேட்டையை விரும்பி
விலங்குகளைத் துன்புறுத்தியவர்கள்
பிராணரோதம் என்ற நரகத்தில் தள்ளப்படுகிறார்கள்.
எமதூதர்கள் அம்பெய்து
அவர்களைக் காயப்படுத்துகிறார்கள்.

வேள்விகளில் மிருகங்களை வதைத்தவர்கள்
விசஸனம் என்ற நரகத்தில் தள்ளப்படுகிறார்கள்.
எமதூதர்கள் அவர்களது உறுப்புகளைத்
துண்டுதுண்டாக வெட்டுகிறார்கள்.

வீடுகளைக், கிராமங்களை, மக்கள் கூட்டத்தைத்
தீவைத்தும்
விஷமூட்டியும் அழித்த
கள்வர்களையும் அரசர்களையும் படைவீரர்களையும்
சாரமேயாதனம் என்ற நரகத்தில் தள்ளுகிறார்கள்.

வஜ்ஜிரக் கோரைப் பற்களுடன்
நாய்கள் உருவிலிருக்கும் எமதூதர்கள்
கடுங்கோபத்துடன் இவர்களைக்
கடித்துக் குதறுகிறார்கள்.

சாட்சிமொழியிலும் கொடுக்கல் வாங்கலிலும்
பொய்யுரைத்தவனை
எமதூதர்கள்
அவீசி என்ற நரகத்தில் தள்ளிவிடுகிறார்கள்.

நூறு யோஜனை உயர மலைச் சிகரத்திலிருந்து
தலைகீழாகத் தள்ளிவிடுகிறார்கள்.
அவனது அங்கங்கள் எள்மணிபோல நொறுங்குகின்றன
எனினும் அவன் இறப்பதில்லை.
மீண்டும் அவனைத்
தலைகீழாகத் தள்ளிவிடுகிறார்கள்.

மனிதர்களைப் பலியிட்டு
அவர்கள் மாமிசத்தைப் புசித்தவர்கள்
ரக்ஷோகணபோஜனம் என்ற நரகத்தில் தள்ளப்படுகிறார்கள்.
அவர்களை
ராட்சதகணங்கள்
ஆயுதத்தால் பிளப்பதுபோலப் பிளந்து
ரத்தம் குடித்து உன்மத்தம் பூண்டு
பாட்டுப்பாடிக் களிக்கிறார்கள்.

ஒருபோதும்
ஓரிடத்தும்
ஒன்றுக்கும் துன்பமிழைக்காத
உணவு கிடைக்குமென்று நம்பி
நெருங்கும் களங்கமற்ற உயிர்களை
தந்திரத்தால் கவர்ந்து சூலங்களில் கோர்த்து
விளையாட்டுப் பொருட்களாக்கிக்

கொல்லாமல் கொல்பவர்கள்
சூலப்ரோதம் என்ற நரகத்தில் தள்ளப்படுகிறார்கள்.
சூலங்களில் கோர்த்துத் தண்டிக்கப்படுகிறார்கள்.
பசி தாகத்தால் துவண்ட அவர்களைக்
கழுகுகள் கொத்திக் கிழிக்கின்றன
அப்போது அவர்கள
தாம் செய்த பாவங்களை நினைவுகூர்கிறார்கள்.

காலம் முழுவதும் பிராணிகளை வெருட்டிய
கொடூர மனிதர்கள்
தந்தசூகம் என்ற நரகத்தில் தள்ளப்படுகிறார்கள்.
வளை எலிகளை விழுங்குவதுபோலக்
கொடும் பாம்புகள் அவர்களை விழுங்குகின்றன.

பிராணிகளை
மூச்சுவிட முடியாத
இடுங்கிய பொந்துகளிலோ
குகைகளிலோ
தானியக் குதிர்களிலோ
அடைத்துத் துன்புறுத்தியவனை
அவட நிரோதம் என்ற நரகத்தில் தள்ளுகிறார்கள்
அங்கே
இடுங்கிய பொந்துகளிலும்
குகைகளிலும் அவனைப் புகச்செய்து
விஷப்புகை எழுப்பும் அக்கினியால்
தண்டிக்கிறார்கள்.

வீடேறி வந்த விருந்தினரை
எரிப்பதுபோல
வெறுப்புடனும் வன்மத்துடனும் பார்த்தவனைப்
பரியாவர்த்தனம் என்ற நரகத்தில் தள்ளுகிறார்கள்.
அவனுடைய பாவ விழிகளைக்
கழுகுகளும் காக்கைகளும்

வஜ்ஜிரபலமுள்ள அலகுகளால்
வன்மையாகக் கொத்திப் பிடுங்குகின்றன.

தனவான் என்று அகந்தைகொண்டும்
ஒவ்வொரு நொடியும் செல்வத்தைக் குவித்தும்
எல்லாரையும் ஐயுற்றும்
இரப்பவர்களுக்கு எதுவும் கொடுக்காமலும்
தன்னுடைய செல்வம் பாழாகுமோ என்று
ஓயாமல் பதறிக் கொண்டும்
பூதம்போலப் புதையலைக்
காத்துக்கொண்டுமிருப்பவன்
சூசிமுகம் என்ற நரகத்தில் தள்ளப்படுகிறான்.
யமதூதர்கள் தையற்காரர்களைப்போல
அவனுடைய அங்கங்கள் அனைத்திலும்
இண்டு இடுக்கில்லாமல் ஊசியால் குத்தி
நூலால் வரிந்து கட்டுகிறார்கள்.

●

நரக நினைவுகளின்
கருணையில்லா இரவுகளில்
பசியும்
தாகமும்
உறக்கமும் மறந்து
நசிகேதன்
எமனுக்காகக் காத்திருந்தான்.

'உலகில் அசைவதும் அசையாததும் எல்லாம்
துயரத்தில் தவிப்பது ஏன்?' *

'மனிதனுக்கு இச்சையில்லாத போதும்
அவனை வலியக் கொண்டு புகுத்துவதுபோல் தூண்டிப்
பாவம் செய்விப்பது யாது?' **

'பிறப்பு, வளர்சிதைவு, பிணித்துயர்கள், மரணம்
இவற்றினூடே கடந்து செல்லும்
இந்த வாழ்வின் பொருள் என்ன?'

நசிகேதா,
நீ கேட்பது
இருப்பின் ரகசியத்தை.

எமன்
நசிகேதனை வாரியணைத்தான்.

சிசுவை முத்தமிடுவதுபோல
எமன்
நசிகேதனின் சிரத்தில் முத்தமிட்டான்.

---

* லோகம் சோகஹதம் ஸ சமஸ்தம் – பஜகோவிந்தம், ஆதி சங்கரர்
** பகவத் கீதை (பாரதியார் உரை) 3:36

நசிகேதன் ததும்புகிறான்
அழுகிறான்
கருணையின்
பெருவெள்ளமாகிறான்
நிலம்
நீர்
நெருப்பு
வளி
வான்
அனைத்தும் அதில் மூழ்குகின்றன.

அந்திக் கதிர்களில்
மின்னும்
புராதனப் பாறைகள்
பாறைகளுக்கு இடையில்
காற்றிலாடும்
தளிர் இலைகள்
தளிர்களின் செந்நரம்புகள்.

பெருங்கடலின்
அபாரமான ஜலராசிக்குள்
சூரியன் மறைந்தது.

பெருமலைத் தொடரில்
முழு நிலவு உதித்தது
பெருங் கானகம் ஒளிர்ந்தது.

காசி
கங்கை அமைதியாக
தன்னியல்பாய் ஓடுகிறது

கங்கையில்
நிலவொளி படர்கிறது

மணிகர்ணிகையில்
பிணங்கள் எரிகின்றன

சிதை நெருப்பு
பேருருவாய்
வெளிச்சம் பொழிகிறது.*

சிவபூத கணங்கள்
டமருகம் முழக்கி
ஆனந்தத் தாண்டவம் ஆடுகின்றன.

இறுதியாய் எரிந்த
சிதைச் சாம்பல்
மகா காலனுக்கு
அபிஷேகமாகிறது

மகா பிரவாகினியான
கங்கையினூடே
எரியும் மண் அகல்கள்
காலத்தின் மறுகரைக்கு
மிதந்து மறைகின்றன...

---

*   முண்டகோபநிஷத் 1:2

●

பிருகதீசுவரத்தின் மீதே
ஆகாயம் கனிவுடன் சுரந்தது.
மழையின் முதல் துளி
நசிகேதனின்
நெற்றியில் விழுந்தது.

அதி விளம்ப காலத்தில்
பெய்கிறது மழை.
அதி அதி விளம்ப காலத்திலிருந்து
அதி விளம்ப காலத்துக்கு
அதிவிளம்ப காலத்திலிருந்து
மத்தியம காலத்துக்கு...
பார்த்து நிற்கும்போதே
கனக்கிறது மழை.

ஆயிரங்கால் மண்டபம் நனைகிறது
காவல்தேவியர் நனைகிறார்கள்
நந்திகேச்வரச் சிலைகள் நனைகின்றன
மகா கோபுரங்கள் நனைகின்றன
கோபுர வாசலில்
யானைகள் நனைகின்றன.

பசுக்கள் மழையில் குளித்து
தலைதாழ்த்தி
இன்பக் கிறக்கத்தில்
அசையாது நிற்கின்றன.

கழுதைகள்
அகண்ட நீர்த் தாரையில்
தன்னினைவு இழக்கின்றன.

கருங்கற்களின் ஊடே மழைபெய்து இறங்குகிறது.
கருங்கல்லைத் துளைத்து இறங்குகிறது.
இடைவிடாமல்
ஏக தாளத்தில் பெய்யும் மழையில்
பிருகதீசுவரம்
தியானத்தில் ஆழ்கிறது...

கடலில் மழைபெய்கிறது
கடல் மழையில் மூழ்குகிறது
வனங்களில் மழைபெய்கிறது
வனங்கள் மழையில் மூழ்குகின்றன.

முடிவில்லாது பெய்கிறது
மழை.

இப்போது
மழையின்
ஆதியந்தமில்லாத
அகச் சுருதி மட்டும்.
இடமும்
காலமும்
இல்லாது போகின்றன.

நசிகேதன்
போதத்தின் கனவுகளிலிருந்து
விழிக்கிறான்.*

பந்தத்தையும்
மோட்சத்தையும் துறந்து

இன்பத்தையும் துன்பத்தையும் துறந்து
உண்டு இல்லை என்ற சிந்தனையையும் துறந்து

---

* யோகவாசிஷ்டம்

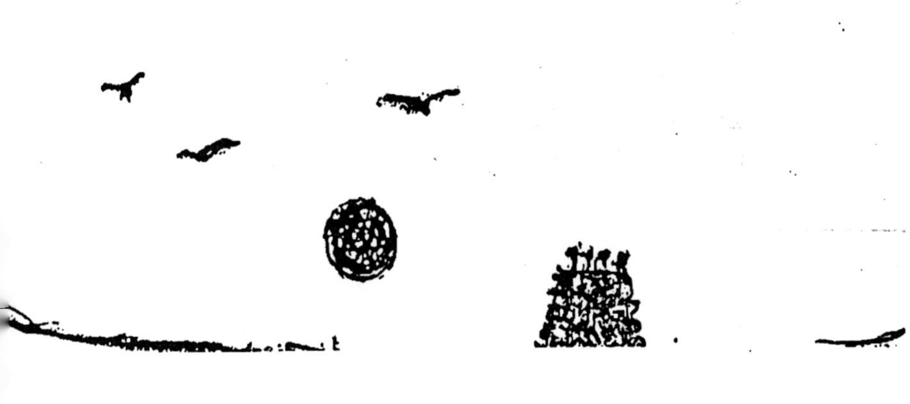

எல்லாம் ஒன்றே என்ற திடமாகி
அசையாப் பெருங்கடலாக
நசிகேதன் விழிக்கிறான்.*

கண்ணில் தெரியும் இவை எல்லாமும்
விளக்க முடியாதவையாகின்றன**
இது
மைவித்தைக்காரனின் மசியில் தெரியும்
தேவதைபோல் இருக்கிறது.

இதன் பிம்பம் இறைவனிடமிருக்கிறது
இது நிழல்மட்டுமாகிறது
இப்போது
கண்ணில் தெரியும் இதுவும்
கடவுளும் நானுமாக இருக்கும்
இவை எல்லாமும்
கடவுளுக்குள் அடங்கும்போது
கடவுளே ஆகின்றன.
இது
கடவுளின் விரிநிறைவைக் குலைப்பதில்லை
நிழலுக்கு
எதன் விரிவையும் மாற்ற இயலாது.
அதுமட்டுமன்று
எந்த விரிவும் நிழலை இழப்பதுமில்லை.
ஓ,
இதோ
இவையெல்லாம் மனோவேகமுள்ள
ஒரு கடிகையைப்போல
ஆதியந்தமில்லாமல் சுழல்கின்றன.

---

* யோகவாசிஷ்டம்
** ஸ்ரீ நாராயணகுருவின் ஆத்ம விலாசம்

அற்புதம்
நான் என் கண்களைப் பார்க்கிறேன்
என்னைக் கடவுள் பார்க்கிறார்
நான் என் குரலைக் கேட்கிறேன்
கடவுள் என்னைக் கேட்கிறார்.

நான் என் தோலைத் தொடுகிறேன்
கடவுள் என்னைத் தொடுகிறார்
நான் என் நாவால் சுவைக்கிறேன்
கடவுள் என்னைச் சுவைக்கிறார்
நான் என் மூக்கால் முகர்கிறேன்
கடவுள் என்னை முகர்கிறார்
நான் வாக்கைத் தள்ளிவிடுகிறேன்
வாக்கு என்னைத் தள்ளிவிடுவதில்லை
கடவுள் தள்ளிவிடுகிறார்.
நான் கையை இயங்கச் செய்கிறேன்
கை என்னை இயக்குவதில்லை
கடவுள் இயங்கச் செய்கிறார்
நான் காலை நடத்துகிறேன்
கால் என்னை நடத்துவிப்பதில்லை;
கடவுள் என்னை நடக்கச் செய்கிறார்.

நான் குதத்தை கழிக்கச் செய்கிறேன்
என் குதம் என்னைக் கழிப்பதில்லை
கடவுள் கழிக்கச் செய்விக்கிறார்
நான் கடவுளைக் கழிப்பதில்லை
நான் உபஸ்தத்தை மகிழ்விக்கிறேன்
உபஸ்தம் என்னை மகிழ்விப்பதில்லை
கடவுள் மகிழ்விக்கிறார்
நான் கடவுளை மகிழ்விப்பதில்லை.

ஓ,
இதோ கடவுளின் புருஷ இலட்சணம் காட்சியளிக்கிறது
கடவுள்
கண்ணில்லாமல் காணும்
செவியில்லாமல் கேட்கும்
தோலில்லாமல் உணரும்
நாசியில்லாமல் முகரும்
நாவில்லாமல் சுவைக்கும்
சித் புருஷனாகிறார்.

நான்
கடவுளின் மறு வடிவமாகிறேன்
என் உடல் ஜடமாகிறது
கனன்றிருக்கும் இரும்புக்கோளம் ஒளிமயமாவதுபோல
நான் கண் திறந்து பார்க்கும்போது
என் உடல் ஒளிமயமாகிறது.

ஓ,
என் கடவுள்
ஒளிமயமான புனித சமுத்திரமாகிறார்
இவை யாவும்
அலையற்ற அந்தக் கடலில்
அலையாகின்றன

ஓ,
இவை யாவும் ஓடை மீறிப் பொங்கும்
வெள்ளமாகின்றன
கடவுள் ஓடையாகிறார்

ஓ,
நான் இதுவரை வெளிமுகத்தனாக இருந்தேன்
இனி
உள்முகத்தனாக மாறுகிறேன்

ஆ,
எவ்வளவோ திவ்வியம் இங்கே
நான் இதுவரை நின்றிருந்தது
ஒரு திவ்வியக் கண்ணாடியில்.

இதுவே என் கடவுள்
இதை நான் இதற்கு முன்பு கண்டதில்லை
இப்போது
எனக்கு இங்கே மறைவும் இல்லை
நானும் கடவுளும் ஒன்றாகியிருக்கிறோம்
இனி
எனக்குச் செயல் கடினமில்லை
ஓ,
இதோ நான் கடவுளுடன் ஒன்றாகிறேன்.

●

தொன்மத்தின் நவீனம்

சுகுமாரன்

பி. ரவிகுமார் மலையாளத்தில் அபூர்வமான கவிஞர். அரியவர் என்ற பொருளில் தான் அபூர்வம் என்ற சொல்லைப் பயன்படுத்துகிறேன். அபூர்வம் என்ற சொல்லுக்கு அரியது என்பதோடு வேறு பல அர்த்தங்களும் உள்ளன. முந்தையதன் தொடர்ச்சி இல்லாதது, புதுமையானது, தற்செயலாக நிகழ்வது, எப்போதாவது சம்பவிப்பது என்று பலவிதமான பொருள்கள் இருக்கின்றன. இந்த எல்லா அர்த்தங்களும் ரவிகுமாருக்குப் பொருந்தும்.

கவிஞர் என்ற அடைமொழியுடன் குறிப்பிட்ட போதும் ரவிகுமார் வழக்கமான கவிஞர் அல்லர். அவருடைய கவிதை என்று எதுவும் இதழ்களில் வெளியாகிப் பார்த்ததில்லை. கவிதை எழுதுபவராக அல்ல; கவிதைப் பிரக்ஞையுடன் இருப்பவர் என்பதாலேயே அவரைக் கவிஞராகக் கருதுகிறேன். இசை தொடர்பாக அவர் எழுதியிருக்கும் கட்டுரைகள் சிலவற்றில் கவிதைக்குரிய தருணங்களையும் கவிக் கூற்றுகளையும் வாசித்து வியந்திருக்கிறேன். இவை தவிரக் கவிதையாக அவர் எழுதியிருப்பவை இரண்டு உருப்படிகள் மட்டுமே. எம்.டி. ராமநாதன், நசிகேதன் ஆகிய இரண்டு நீள் கவிதைகள். அவரைக் கவிஞர் என்று காணவும் அபூர்வமானவர் என்று சிறப்பிக்கவும் இந்த இரண்டு கவிதைகளும் போதுமானவை. நீள் கவிதைகள் என்ற அளவிலேயே அவை வழக்கத்துக்கு மாறானவை; அபூர்வமானவை. அவற்றின் பேசுபொருள்களும்

முன்னுதாரணமற்றவை. முதலாவது கவிதை, இசைப் பெருங்கலைஞரான எம்.டி. ராமநாதனின் வாழ்க்கையைச் சித்தரிப்பது. புராணப் பாத்திரமான நசிகேதனின் அறிவுத் தேடலை விவரிப்பது இரண்டாவது கவிதை. ஓர் இசைக் கலைஞரின் வாழ்க்கையைச் சொல்லும் கவிதை என்ற அளவிலும் தொன்மக் கதையொன்றை நவீன விழிகளால் பார்க்கும் கவிதை என்ற அளவிலும் இவை அபூர்வ நிகழ்வுகள். வெகுஜன இதழ் கலாகௌமுதியில் தொடராக இந்தக் கவிதைகள் வெளிவந்தன என்பதும் அரியது.

கவிதைகளுக்கான மையப் பொருளைத் தேர்ந்தெடுப்பதில் கடைப்பிடிக்கும் அதே அக்கறையைக் கவிதையாக்கத்திலும் ரவிகுமார் பின்பற்றுகிறார். அவரிடம் கவிதைகள் சொற்களால் உருவாவதில்லை; மையப் பொருள் உயிர்ப்புப் பெறும் தருணமே கவிதையை நிர்ணயிக்கிறது. சொற்களால் சுட்டப்படும் சொற்களை மீறிய உணர்வே கவிதையாக உருக்கொள்கிறது. எளிய உரைநடையில் கவிதையின் சாத்தியங்களைக் கைவசப் படுத்துகிறார் ரவிகுமார். கவிச்சொற்கள் இல்லாமலே கவிதையை மேலெழச் செய்கிறார். இந்த இயல்பு காரணமாகவும் இவை அபூர்வங்களாகின்றன.

ரவிகுமாரின் முதலாவது நீள் கவிதை 'எம்.டி. ராமநாதன்' 2004 இல் நூலுருவம் பெற்றது. தொடர்ந்து அதன் ஹிந்தி மொழிபெயர்ப்பு வெளிவந்தது. எழுத்து காலக் கவிஞரும் மும்மொழி வல்லுநருமான மா. தக்ஷிணாமூர்த்தி ஆங்கிலத்திலும் தமிழிலும் மொழிபெயர்த்தார். ஆங்கில மொழிபெயர்ப்பை 2015 இல் ரைட்டர்ஸ் ஒர்க்ஷாப், கல்கத்தா வெளியிட்டது. இரண்டில் முன்னரே முடிந்திருந்தபோதும் தமிழ் மொழிபெயர்ப்பு உடனடியாக நூலாகும் வாய்ப்பு அமையவில்லை. அந்தத் தாமதத்துக்கு நானும் ஒரு காரணம். கவிதை நூல், அதுவும் மொழியாக்க நூல், அதிலும் மிகச் சின்ன அளவில் மட்டுமே ஆராதகர்களைக் கொண்டவரான எம்.டி. ராமநாதனைப் பற்றிய நூல் எந்த அளவுக்கு வாசகர்களிடையே வரவேற்கப்படும் என்ற சந்தேகமே தாமதத்துக்கு முதன்மையான காரணம். எனினும் காலச்சுவடு

பதிப்பகம் சென்ற ஆண்டு அதை (2019) நூலாக வெளியிட்டது. நான் செய்ய விரும்பிக் கை நழுவவிட்ட மொழியாக்கம் அது. நூலுக்கான முன்னுரையில் இதைக் குறிப்பிட்டுமிருக்கிறேன்.

எம்.டி. ராமநாதன் தொடராக வெளிவந்து முற்றுப் பெற்ற சந்தர்ப்பத்தில் ரவிகுமாரிடம் விளையாட்டாக, 'இதுமாதிரி இன்னொரு கவிதையை நீங்கள் எழுதினால் அதை நான்தான் தமிழில் மொழிபெயர்ப்பேன்' என்று சொன்னேன். அப்படிச் சொன்னபோது விளையாட்டு வினையாகிவிடும் என்று எதிர்பார்க்கவில்லை. எம்.டி. ராமநாதன் கவிதைக்கு மலையாளத்தில் கிடைத்த பாராட்டும் ஹிந்தி, ஆங்கில மொழியாக்கங்களுக்கு முன்னின்ற எதிர்பார்ப்பும் ரவிகுமாரை உந்தியிருக்க வேண்டும். ஒருவேளை என்னுடைய விளையாட்டு வாக்குறுதியும் தூண்டுதலாக இருக்கலாம். முப்பது ஆண்டுகளுக்கும் மேலாக மனதுக்குள் தேக்கி வைத்திருந்த நசிகேதன் நீள் கவிதையை எழுதி முடித்து, 2008 இல் கலாகௌமுதி இதழிலேயே தொடராகவும் வெளியிட்டார். அடுத்த ஆண்டே நூலாகவும் வெளிவந்தது. நூலின் பிரதியை அன்பளிப்பாகக் கொடுத்து விட்டு என் வாக்குறுதியையும் நினைவு படுத்தினார்.

'உடனே வேண்டாம். நிதானமாகவே செய்யுங்கள். ஆனால் கவிதையின் தமிழாக்கத்தை நீங்கள் தாம் செய்தாக வேண்டும்' என்றார். என்னுடைய வார்த்தைகளுக்குள் நானே மாட்டிக் கொண்டேன். அந்த வாக்குறுதி வலையை அவ்வப்போது பார்ப்பதிலேயே வருடங்கள் கழிந்தன. அதற்குள் நசிகேதன் ஹிந்தி, சமஸ்கிருதம், போலிஷ் மொழிகளில் பெயர்க்கப்பட்டது. 'ஹிந்தியில் வெளிவந்து விட்டது, போலிஷ் மொழிபெயர்ப்பு முடிந்து விட்டது. சமஸ்கிருத பரிபாஷ தயாராகி விட்டது' என்று ரவிகுமார் சொல்லும்போதெல்லாம் ஆவேசத்துடன் சில பக்கங்களை மொழிபெயர்ப்பேன். பிறகு கிடப்பில் போடுவேன். இதற்கிடையில் நசிகேதன் தமிழாக்கத்தில் என்னுடைய போட்டியாளராக வரவிருந்த மா. தக்ஷிணாமூர்த்தி அதை ஆங்கிலத்தில் மொழியாக்கம் செய்து முடித்தார். அதுவும் ரைட்டர்ஸ் ஒர்க் ஷாப் வெளியீடாக 2019

இல் வெளிச்சம் கண்டது. 'உதவாது இனி ஒரு தாமதம்' என்ற மனநிலை உருவானது. தமிழாக்கத்தைத் தொடர ஆரம்பித்தேன்.

நினைத்தது போல அவ்வளவு விரைவாகவோ எளிதாகவோ தமிழாக்க முயற்சியில் முன்செல்ல முடியவில்லை. என்னுடைய அடிப்படையான இயல்புக்கும் கவிதைப் பொருளுக்குமான விலகலே முக்கிய காரணம். என்னுடைய சிந்தனைக்குள் கவிதையைப் பொருத்திக்கொள்ள எளிதாக முடியவில்லை. இதை என்னுடைய தனிப்பட்ட இடர்ப்பாடு என்பதை விட ஒரு தலைமுறையின் சிக்கலாகவே உணர்ந்தேன்.

இடமும் பின்புலமும் வேறாக இருந்தாலும் ரவிகுமாரும் நானும் ஏறக்குறைய ஒரே காலத்தைச் சேர்ந்தவர்கள். ஒரே தலைமுறையைச் சேர்ந்தவர்கள். ஏறத்தாழ ஒரே மாதிரியான அனுபவங்களைக் கொண்டவர்கள். 1970 களின் கருத்துலக ஆவேசங்களில் கிளர்ச்சி பெற்றவர்கள். இடதுசாரிச் செயல்பாடுகளின் சக பயணிகள். ரவிகுமார் சிறிய அளவில் நக்சல்பாரி இயக்கத்துடன் இணைந்து நின்றவர். ஓரளவுக்கு இது எழுபதுகளில் இளைஞர்களின் பொது இயல்பாகவே இருந்தது. தொண்ணூறுகளில் இந்த ஈர்ப்பு மறைந்தது. அதுவரை நம்பிய கருத்துக்களும் செயல்பாடுகளும் 'மாயை' என்று விளங்கின. மனம் சோர்ந்த நம்பிக்கையாளர்கள் பலரும் வெவ்வேறு திசைகளிலும் தடங்களிலும் சென்றனர். முன்னாள் பாட்டாளித் தோழர் முதலாளியாகவும் ஏலச்சீட்டுக்காரனைக் கழுவேற்றியவர் கந்து வட்டிக்காரனாகவும் அப்பழுக்கில்லாத நாத்திகர் சாயிபாபா பக்தராகவும் வன்முறையே மாற்றத்துக்கான வழி என்று துப்பாக்கி தூக்கியவர் காந்தியவாதியாகவும் மாறினர். காலடி மண் பிளந்தபோது நம்பிக்கை இழந்தவர்களில் சிலர் ஆன்மீகத்தில் நாட்டம் கொண்டார்கள். சிலர் சந்தேகப் பிராணிகளாகவே அலைந்தார்கள். முன்னதற்கு பி. ரவிகுமாரையும் பின்னதற்கு என்னையுமே உதாரணங்களாக எடுத்துக் கொள்கிறேன். மனிதர்களையும் உலகையும் கடந்த ஒன்றைப் பற்றிய பதில் அவருக்கு இருக்கிறது. மனிதர்களை

மீறாத உலகைத் தாண்டாத ஒன்றைக் குறித்த கேள்வி மட்டுமே என்னிடம் எஞ்சியிருக்கிறது. இந்த இரு நிலைகளையும் விளங்கிக் கொள்வதில் சந்தேகம் ஏற்பட்டது.

□ □ □

கடோபநிடதத்தில் இடம் பெற்றிருக்கும் கதை நசிகேதனுடையது. முனிவரான வாஜசிரவஸ் சகல சௌபாக்கியங்களையும் அளிக்கக் கூடியதாகச் சொல்லப்படும் விஸ்வஜித் யாகத்தை நடத்துகிறார். யாகத்தை முன்னிட்டு இரவலர்களுக்குக் கறவைப் பசுக்களுக்குப் பதிலாக மலட்டுப் பசுக்களைத் தானமாகக் கொடுக்கிறார். தந்தையின் அற்ப குணம் மகன் நசிகேதனுக்கு வருத்தத்தைக் கொடுக்கிறது. என்னை யாருக்குத் தானம் கொடுப்பீர்கள் என்று கேட்டு அடம்பிடிக்கிறான். அவனை எமனுக்குக் கொடுப்பதாகத் தந்தை சொல்ல எமனைச் சந்திக்கச் செல்கிறான் நசிகேதன். வாழ்வின் பொருள் என்ன என்று அவன் கேட்கும் கேள்விகளை மெச்சிய எமன் அவனை மீண்டும் மண்ணுலகத்துக்கு அனுப்பி வைக்கிறான்.

இந்தப் புராணக் கதைக்குக் காலங்காலமாக வெவ்வேறு வியாக்கியானங்கள் கொடுக்கப்பட்டிருக்கின்றன. ஆன்மீக அடிப்படையிலும் மதநம்பிக்கை சார்ந்தும் விளக்கங்கள் அளிக்கப் பட்டிருக்கின்றன. ஆன்மீகவாதிகள் அளிக்கும் விளக்கங்கள் மானுட இருப்பைக் கடந்த கற்பித நிலைக்குச் செல்கின்றன. மதச்சார்பாளர்கள் சொல்லும் பொழிப்புரைகள் இறைமையைப் பற்றிய அச்சத்தையே முன்வைக்கின்றன. புழக்கத்திலுள்ள இலக்கணப் படியான ஆன்மீகவாதக் கருத்துக்களுடன் எனக்கு உறவு இல்லை. மானுட இருப்பை மீறாத இம்மைசார்ந்த நிலையாகவே ஆன்மீகம் இருக்கும் என்பது என் எண்ணம். சமூக இணக்கத்துகான அமைப்பாக மட்டுமே மதத்தைக் கருதுகிறேன் அதைத் தாண்டி மதம் மனிதனுக்குத் தவிர்க்கவியலாதது; முற்றானது என்ற பிடிவாதம் கொண்டவன் அல்லன். எனவே இந்தக் கவிதையின் புராணச் சட்டகத்துக்குள்ளே நுழையவும் அதன் பொருளைப் பகுத்து அறியவும் இயலவில்லை. ஆசிரியர் இந்தக் கவிதைக்குள்ளும்

வெளியிலுமாக எடுத்தாண்டிருக்கும் உப நிடத, புராண நூல்களை மறுவாசிப்புச் செய்தும் இயலாமை நீடித்தது. இந்தச் சிக்கல் மொழிபெயர்ப்புப் பணியை முடக்கியது. ஒரு கட்டத்தில் இது நம்மால் ஆகிற வேலையல்ல என்ற சோர்வும் சூழ்ந்தது.

தொற்றுநோய்க் கால வீட்டுமுடக்கம் படைப்புக்கான மனநிலையைத் தூண்டிவிட்டபோது மீண்டும் நசிகேதன் மொழிபெயர்ப்பைக் கையிலெடுத்தேன். அதற்குத் துணையாக வாசித்த நூல்களிலிருந்து இரு செப்பக் கருவிகள் கிடைத்தன. 'கவிதை மிக நல்லதேனும் அக் கதைகள் பொய்' என்ற பாரதி வரியும் 'எல்லாவற்றையும் காணுகின்ற கண்ணைக் கண் காண்பதில்லை' என்ற நாராயணகுருவின் 'ஆத்ம விலாசம்' வரியுமே அந்தக் கருவிகள். பொய்யான கதையின் ஆழத்திலிருக்கும் உண்மையையும் கண்ணைப் பார்க்கும் கண்ணையும் தேடியதில் கவிதை வெளிச்சம் கண்டது. மொழி பெயர்ப்பு எளிதாயிற்று. நசிகேதனை ஆன்மீகக் கவிதை, சமயத் தொன்மம் என்று கொள்வதைவிட சமகால மனித இருப்பின் அலைச்சல் என்று எடுத்துக் கொண்டபோது கவிதை நவீன இயல்புக்கு மாறியது. அதற்கு ஏற்ப மொழியும் திரண்டது.

இடையீடாக இன்னொன்றையும் குறிப்பிட வேண்டும். கருத்துத் தெளிவுக்காகவே பாரதி பாடல்களையும் நாராயணகுருவின் படைப்புகளையும் நாடினேன். தற்செயலாக நிகழ்ந்தது இது. எனினும் அந்தத் தருணத்தில் இருவருக்கும் இடையிலிருந்த ஒற்றுமைகள் நினைவுக்கு வந்தன. இருவரும் ஆன்மீகவாதிகளாகக் கருதப்படுபவர்கள். அத்வைதச் சிந்தனையாளர்கள். புலனாகாத விண்ணில் அல்ல; கண்முன் காணும் உலகில்தான் மனிதனின் மேன்மைநிலை என்று கருதியவர்கள். மண்ணில் தெரியுது வானம் என்று கவனப்படுத்தியவர்கள். இந்த ஒற்றுமைகள் வியப்பை அளித்தன.

நசிகேதனில் ரவிகுமார் கையாளும் மொழி சம்ஸ்கிருத ஆதிக்கம் மிகுந்தது. வரியமைப்பும் அதையொட்டியது.

மலையாளத்தில் அது ஏற்கத் தகுந்தது. ஆனால் இன்றைய தமிழுக்குப் பொருந்தவில்லை. சிருஷ்டி, அக்னி, ஜலம், பிரளயம், போதம், இந்திரியம் போன்ற சம்ஸ்கிருத வார்த்தைகளுக்குப் பதிலாகப் படைப்பு, நெருப்பு, நீர், பெருவெள்ளம், உணர்வு, புலன் என்ற தமிழ்ச் சொற்களே உவப்பானவையாக இருந்தன. தமிழ் வாக்கிய அமைப்பே பெரிதும் கைகூடி வந்தது. தவிர்க்க இயலாத இடங்களில் மட்டுமே சம்ஸ்கிருதச் சொற்களைப் பயன்படுத்தியிருக்கிறேன்.

புராண காலத்தைப் பின்புலமாகக் கொண்ட இந்தக் கதைக்கும் கவிதைக்கும் நிகழ்காலத்துடன் ஏதேனும் பொருத்தமுண்டா என்ற ஐயம் அவ்வப்போது எழுந்தது. கவிதைக்குள் வரும் நரகலோக வர்ணனைகளும் எமனிடம் நசிகேதன் நடத்தும் உரையாடலும் ஐயத்தைப் போக்கின. ஏறத்தாழ அதே போன்ற நரகத்திலும் அதேபோன்ற காலத்திலும் தான் வாழ்கிறோம்.

இதுவரை தொடர்ந்து வந்த இருப்பு நிலைகுத்தி நின்ற கணத்தில் எல்லா மனிதர்களுக்குள்ளும் இருப்பைப் பற்றிய சிந்தனை எழுந்திருக்கும்; மரணம் பற்றிய கேள்விகள் எழுந்திருக்கும்; வாழ்வின் பொருள் என்ன என்ற பதைப்பு எழுந்திருக்கும். இந்தச் சிந்தனையின், கேள்வியின், பதைப்பின் உருவகமாகவே ரவிகுமாரின் நசிகேதனைப் பார்க்கிறேன். (அவர் அப்படித்தான் சித்தரிக்க விரும்பினாரா என்பது எனது அவதானிப்பின் முகாந்திரம் அல்ல). இன்றையதைப் போல மானுட இருப்பு நெருக்கடியில் ஆழ்ந்த ஏதோ காலத்தில் மனிதர்கள் வெளிப்படுத்திய உணர்வின் படிமம் நசிகேதன். ஆன்மீகம், அந்தப் படிமத்தின் மீது புனுகையும் மதம், எண்ணெய்க் களிம்பையும் பூசிவிட்டிருக்கிறது. பூச்சுக்களைச் சுரண்டித் துப்புரவாக்கியதும் எப்போதும் கேள்வி எழுப்பி விடைகாணும் வேட்கைகொண்ட நிரந்த மனிதன் வெளிப்படுகிறான். அவன் கேள்விகேட்பது தன்னிடமே. பதில் காண்பதும் தன்னுள்ளேயே. கேள்வி தூண்டிவிடும் தேடலும் பதில் கண்டடையும் அமைதியும் மனிதனுக்கு மட்டுமேயான இயல்பு, அல்லவா?

2000 ஆம் ஆண்டின் இறுதியில் பணிநிமித்தம் திருவனந்தபுரத்துக்குக் குடிபெயர்ந்தேன். அந்த நாட்களில் அறிமுகமான நண்பர்களில் பி. ரவிகுமாரும் ஒருவர். இரு பதிற்றாண்டுகளுக்குப் பின்னும் இருவருக்கும் இடையிலான நட்பு தொடர்கிறது. தேர்ந்த பத்திரிகையாளர், இசை விரும்பி, இலக்கிய ஆர்வலர், இசை விமர்சகர் என்று அவருக்குப் பல முகங்கள் உள்ளன. அந்த முகத்தோற்றங்கள் அனைத்தும் எனக்கும் விருப்பமானவை என்பது நட்புக்குக் காரணம். இசை தொடர்பாகவும் மலையாள இலக்கியம் தொடர்பாகவும் எனக்கு எழும் சந்தேகங்களுக்கு உடனடி விளக்கத் தீர்வும் அவரே. இசை குறித்த ரவிகுமாரின் பார்வையும் அவதானிப்புகளும் தனித்துவமானவை. அதை முன்னிருத்தியே கட்டாயப்படுத்திச் சில கட்டுரைகளை எழுதுவித்து அவற்றைத் தமிழாக்கம் செய்து வெளியிட்டுமிருக்கிறேன். நட்புப் பாராட்டலும் தனித்துவத்தைப் பொருட்படுத்தலுமே அவரது நசிகேதனை மொழி பெயர்க்க என்னைத் தூண்டின. புராண ஐதீக ஆன்மீக விவகாரங்களில் ஈடுபாடு இல்லாதவன் மொழிபெயர்ப்புச் சாகசத்துக்கு ஆயத்தமானதும் மேற்சொன்ன காரணங்களால் தான். அவை எனக்கு உடன்பாடான சில பயன்களைக் கொடுத்தன. புறமுதுகு காட்டி நின்ற சில தொல்பிரதிகளைத் துணிந்து வாசிக்கவும் ஆதாரமான சில சிந்தனைகளை மறு அலசலுக்கு எடுத்துக் கொள்ளவும் அந்தரங்கமான மொழிவளத்தைச் செழுமைப்படுத்திக் கொள்ளவும் இந்த மொழியாக்கம் உதவியது.

'நசிகேதன் கவிதையின் தமிழாக்கத்தை நீங்கள்தான் செய்ய வேண்டும்' என்ற நம்பிக்கை தொனிக்கும் வாசகத்தை நண்பர் சொல்லாமல் இருந்தால் இந்த மொழியாக்கம் நடந்திராது. அதற்காக பி. ரவிகுமாருக்கு நன்றி.